மருமராஞ்சம்

Published By

Marumaranjam

Written By Kowshika mani

Published by : Poetry World Org.

Publisher's Address : Haryana

 Special credits to Dr.Kayalvizhi Durai BDS, Dr.Niveditha and Dr.Nitin Chopra.

Edition : I (2021)

ISBN (Paperback) -9789390724680

Book Design by POETRY WORLD

மருமராஞ்சம்

கௌசிகா மணி

என்னுரை

இந்த ஒரு வருடக் கால அனுபவம் புது மாற்றங்களையும் புது பழக்கங்களையும் கொண்டுவந்துள்ளது, என்னிலும் சேர்த்தே என்று கூறலாம். அவ்வாறு என்னில் தொற்றிக்கொண்டதுதான் இந்த கவிதை எழுதும் பழக்கம். என்னில் தொற்றிக்கொண்டது என்பதைவிட நான் தொற்றிக்கொண்டேன் என்றே கூறலாம்.

இதன் விளைவாய் தோன்றியதுதான் என் புதுமுயற்சியாய் தாம் வாசிக்கவிருக்கும் ‘மருமராஞ்சம்’ எனும் புத்தகம். நான் பயிலும் மருத்துவத் துறைக்கும் இத்துறைக்கும் பெரிதாய் தொடர்பில்லை என்றாலும், தமிழ் மீது கொண்ட ஆர்வத்தால் மருத்துவர் என்ற முகத்தோடு மட்டும் நின்றுவிடாமல் கவிதைக் காதலியாகவும் வாழ ஆசைபடுகிறேன். இக்கவிதை உலகிற்கு நான் ஒரு புது மழலை, என் கவிதைகளும் அப்படித்தான்.

எனவே இம்மழலையின் சரிகளை ஊக்கப்படுத்தி, தவறுகளை சுட்டிக்காட்டி வழிநடத்துமாறு தாழ்மையுடன் கேட்டுக்கொள்கிறேன். இக்கவிதை பணியில் எனக்கு உறுதுணையாயிருந்த என் குடும்பத்தினருக்கு என் மனமுவந்த நன்றிகளை தெரிவித்துக்கொள்கிறேன்.

என்றும் அன்புடன்,
கௌசிகா மணி
அரசு செங்கல்பட்டு மருத்துவக் கல்லூரி

முகப்புரை

"விண் மண் மீது காதல் கொள்கிறது. மண் விதை மீது காதல் கொள்கிறது. விதை மரம் மீது காதல் கொள்கிறது. மரம் மலர் மீது காதல் கொள்கிறது. மலர் மங்கை மீது காதல் கொள்கிறது. மங்கையும் தலைவன் மீது காதல் கொள்கிறாள். அவள் மையல் பெருகி கண்ணீராய் விழிவழியே நிலத்தில் விழ அங்கு மறுபடியும் விதைக்கப்படுகிறது காதல் எனும் வித்து..."
'காதலினால் இயற்கை அழகானதா? அல்லது இயற்கையில் காதல் உருவானதா?'

இக்கேள்வி தவிர்க்க முடியாததாயினும்... இதற்கு பதில் நம்மை படைத்தோர்க்கும் புதிராக இருப்பின், படைக்கப்பட்ட நான் மட்டும் விதிவிலக்கா என்ன? என்னைப் பொருத்தவரை ஆராய்ச்சி செய்வதைவிட அனுபவிப்பதே சிறந்தது என கூறுவேன்.

காதலும் இயற்கையும் உயிரும் மெய்யும் போன்றவை. அவை பிரிந்திருப்பின் பொருள்கிடையாது, சேர்ந்திருப்பின் அவற்றிற்கு நிகர்கிடையாது. அந்த உயிர்க்கும் மெய்க்கும் என் எழுத்துக்கள் கோர்த்த கவிவரிகளில் என் முதல் புத்தகமாய் 'மருமராஞ்சம்' என்னும் பெயரில் புதுவடிவம் தந்துள்ளேன்..

மருமராஞ்சம் இலை தழைகள் அசைவதால் ஏற்படும் ஒரு வித ஓசையாகும். இது உலகின் மிகச்சிறந்த ஓசை என கூறமுடியாது, எனினும் அதற்கென ஒரு தனித்துவம் கொண்டது. அதுபோல்தான் என் கவிதைகளும் தனித்துவம் வாய்ந்தவையாய் இருக்குமமென நம்புகிறேன்.

என் கவிவிருந்தை வாசித்து, சுவாசித்து, நேசித்து மகிழுங்கள்!!!

என்றும் அன்புடன்,
கௌசிகா மணி

உள்ளடக்கம்

வையமே காதலாய்

வண்ணக் கோலங்கலாய் மின்னல்கள்...
வாத்திய ஓசைகளாய் இடிமுழக்கங்கள்...
கலைப்பந்தல்களாய் கருமேகங்கள்...
சந்தனக்கரைசல்களாய் இளந்தென்றல் காற்று...
இவற்றோடு விண்ணில்
நடைபெறவிருந்தது அவளின் திருமணம்...
காதலன் இல்லாததால்
மனம் கனமடைந்து கீழே குதித்தாள்...
மண்ணில் மடிய நினைத்தவளைத்
தன் மடியில் தாங்கினான்...
கதிரவக் கீற்றோடு அவள்
வெட்கமும் இழைந்ததால்
ஒளிர்ந்துக் கொண்டிருந்தாள்
சிப்பியில்லா முத்தாக அவன் சிரத்தில்...
விண்ணில் நடைபெறவிருந்த
திருமணம் இன்று மண்ணில் நடந்தது...
இளம்புல்லிற்கும் மழைத்துளிக்கும்.

கோவிட் காதல்

எல்லை மீறி காதல் செய்வேன்

இ.பாஸ் இல்லாமல்...

நம் இதயங்கள் இணைவதை தடுக்க

தோற்றுவிட்டது ஊரடங்கும்...

நோய் சமூகப் பரவலானதா

தெரியவில்லை...

உன் காதல் என் சரீரம் பரவியது...

போக்குவரத்து இல்லையெனினும்...

என் காதல் தூது காற்றோடு

போட்டியிட்டு

உன்னை வந்து சேரும்...

கோவிட் காதலனே...

கொரோனாவாய் உன் சில நினைவுகளும்

என் உயிர் முழுதும் உருக்குகிறது!!!

முள்

கடிகார முள்ளாய்

உன்னோடு காலம் கழிக்க...

மீன் முள்ளாய் என்

இதயத்தில் சிக்கிக்

கொண்டாய்...

முளரி முள்ளாய் கூந்தலில்

குழையவந்து...

உன் செருப்போடு

சேர்கிறேன்...

நெருஞ்சி முள்ளாக!...

எழுத்துப் பிழை

குற்றெழுத்தாய் உந்தன்
சில நினைவுகளும்
நெட்டெழுத்தாய் என்
நெஞ்சில் பதிகிறது...
உயிரெழுத்தாய் நீ என்
உதிரம் பரவியதால்
என் மெய்யெழுத்தும்
பிழையாகிறது...

நான் எழுத மறந்த தலைப்பாக...

கவிஞனானேன்...

ஐந்தடிக் கவிதையைக்

காதலித்ததால்...

என் திரண்ட காதலுக்கு

மையக்கருத்து அவள்...

எதுகையாய் அவள்

எண்ணங்களில் எழும்பியிருந்த

என்னில்...

மோனையாய் வந்து மோகம்

தீர்த்த மோகினி அவள்...

இயைபாய் இணைந்திருந்த எம்

இதயங்களில்...

முரண் கருத்துக்கள்

முற்பட்டாலும்...

எம் காதல் முறிந்ததில்லை...

இன்று...

என்னை விட்டு நீங்கி விட்டாள்...

நான் எழுத மறந்த தலைப்பாக!..

என் காதல் கசிந்த காவியமே...

வெள்ளைக் காகிதமாய் நான்...
மந்திரப் பேனாவாய் அவள்...
என்னைக் கீறி அவள் செறிந்த மையினால்
கற்பனைக் கடலில் களிப்படைந்தேன் நான்...
அவள் செய்த கிறுக்கல்களுக்கு
கிழிக்கப்படுவதும் நானே...
அவள் திரித்த தவறுகளுக்கு கசக்கப்படுவதும் நானே...
கரங்களால் கசங்கியபோதும் உன்னைப்
பிரிந்ததில்லை...
பிழை பெற்ற போதும் திருத்தப்படாமல் திரிந்த
போதும் விகடன் நான் உன்னை விடவில்லை...
ஒன்றை மட்டும் மறந்துவிடாதே மாதினியே...
என்னில் எழுதப்படுபவை கவிதைகள் அல்ல...
என் காதல் கசிந்த காவியமே!...

வண்ணங்கள்

பழுப்பு மண்ணைத் தின்னும்
மஞ்சள் வெயிலில்...
வெள்ளியாய் மின்னியது...
பச்சைப் புல்லின்
வெள்ளைப் பனித்துளியில்
அடங்கிய நீலவானம்!...

சேலை ரகசியம்

சேலை சாயங்களும் சலித்துப்போகிறது
பாவை சரீரத்தின் பல வண்ணங்களால்...
புடவை மடிப்புகளும் மறைந்துவிடுகிறது
அணங்கு அவளின் அங்க வளைவுகளால்...
மாராப்பு மறைக்கும் மந்தார இலையாய்
மதங்கினி அவளின் மந்திர ரவிக்கை...
முதிர் நிலமும் முல்லை வனமானது
அவள் முந்தானை தீட்டிய முத்தத்தில்...
சுரிகுழல் சடையோடு சகாயம் தேடுகிறது
பட்டுச்சேலை சரிந்த சரிகை...
பிரம்மனும் பித்தனாகிறான்...
சேலை பெண்ணோடு
பேசும் ரகசியம் தெரியாமல்!...

கலப்புத் திருமணம்

கலப்புத் திருமணம்

கரிசல் மண்ணிற்கும்

கருநிற விதைக்கும்...

செல்லாது என

செங்கதிரோனும்

சென்றுவிட...

மழை மட்டும் மனதார

மணமக்களை வாழ்த்த...

சிலமாதங்களில்...

மண்ணின் நிலவாக

மணமக்கள் மடியில்

வெண்ணிற பருத்தி!...

பெண்மை

விண்வெளி முழுதும் விடுகதைகளைத்

தேடி...

பெண்வெளி உருவாக்கினான்

இறைவனவன்...

பெண்மையைச் செதுக்கையில் கவனம்

சிதைந்ததால்...

அதன் மேனியில் பல வளைவுகள்...

பட்டு நூலைப் பதியம் செய்து பக்குவமாய்

நெய்யப்பட்ட கருங்கூந்தல்...

முளரி இதழ்களை இணைத்து இழைக்கப்பட்ட

செவ்விதழ்கள்...

வஞ்சிக் கொடியில் வண்ணம் பூசி

வரையப்பட்ட மெல்லிய இடை...

பனித்துளிகளைப் பறித்து பருத்தி நிறமாய்

பதிக்கப்பட்ட பாதங்கள்...

இவ்வாறு..

நாளும் ஒரு கவிதையாய் உருவானது...

இவ்வுலகில் பெண்மை!!!

முதிர் காதல்

கட்டுடல் மேனி கரையான் புற்றாய்

கரைந்த போதிலும்...

இருள் நிறக் கூந்தல்

இளைத்த போதிலும்...

முழு உடலும் முதிர்ந்த போதிலும்...

உன் தாடை எலும்பைத்

தாங்கிப் பிடிக்க...

தவம் கிடக்கும் என் தோள்கள்!...

பாதச்சுவடு

காகிதக் காவியமாய் என்

காதல் கடிதம்...

காற்றின் கரங்களைப்

பற்றிக் கொண்டு...

அவனைப் பின் தொடர...

இதயக் கூட்டில்

இடமில்லை என்றறிந்து...

அவன் ஆடையின்

அங்கமாய் ஆசையுற்று...

அதற்கும் வழியில்லை என்றறிந்து...

கண்ணீரில் கனத்து

நிலத்தில் விழ...

பாதச்சுவடு பற்றிய கணம்

பரிசுத்தமானது!...

இப்படிக்கு சவப்பெட்டி...

மரம் மண்ணோடு
கொண்ட காதலைப்
பிரித்து...
கிளை இலையோடு
கொண்ட காதலைப்
பிரித்து...
தாய் சேயோடு கொண்ட
காதலைப் பிரித்து...
தந்தை தன் பிள்ளைகளோடு
கொண்ட காதலைப்
பிரித்து...
உற்றோர் உறவினரின்
காதலைப் பிரித்து...
உடல் உயிரோடு கொண்ட
காதலைப் பிரித்து...
இறுதியில் நானும் காதல்
கொள்கிறேன்...
உதிரம் உறைந்த உயிரற்ற
உடல்களோடு...
-இப்படிக்கு சவப்பெட்டி

அவள் தாய்மடியில்...

அவள் ஈரக்கூந்தல் நுனி

நீர்த்துளியே

மழையென...

குடைதேடி...

மழலையாகிறேன்...

அவள் தாய் மடியில்...

நீ முதல் நான் வரை

அலைகள்...

உயிரற்ற சிப்பிகளைக் கொடுத்துவிட்டு...

உயிருள்ள கால் சுவடுகளைப் பறித்துச்

செல்லும் கயவர்கள்...

கண்ணில் பிறந்த காதலைக் கடலில்

தொலைத்துத் தேடிச்செல்ல...

கடலின் ஆழமோ நீ முதல் நான் வரை...

முற்று பெறாத உன்னை அடைய

இயலாமல்...

முற்று பெற்றக் கவிதையாய்

கரையொதுங்கிய நான்...

உதட்டுச் சாயம்

உன் அதரம்...

ரோஜா மலரென

காதல் தேனெடுக்க வந்த

என்னை...

உன் இதழின் சொற்கள்

முள்ளாய் தைத்துவிட்டன...

ஒன்றை மறந்துவிடாதே

காரிகையே...

நீ பூசும் உதட்டுச் சாயம்...

என் இதயத்தின்

இரத்தத் துளிகளே!...

பா

அவள்...

வெகுளிப் பேச்சில்

வெண்பா...

அணைத்துக் கொள்ளுகையில்

ஆசிரியப்பா...

வதன அழகில்

வஞ்சிப்பா...

காதோர முத்தங்களில்

கலிப்பா...

அவள்...

என் காதலியல்ல...

என் செல்ல மகள்!!!

முகப்பரு

முள்ளில்லா முல்லை

மொட்டாய்...

என் முத்தங்களில்

குறுக்கிட்டது...

அவள் முகத்தின்

முகப்பரு!...

கண்ணாடிக் காதலன்

கூந்தல் கலைந்திருந்தாலும்...

ஆடை அலைக்கழிந்திருந்தாலும்...

கண் மை அழிந்திருந்தாலும்...

என்னை ரகசியமாய்

ரசித்துக்கொண்டிருக்கிறாய்...

என் உணர்வுகளோடு உயிராய்

ஒத்துப்போகிறாய்...

உன் முகம் பார்த்து முத்தமிட

ஆசை...

தினம் உன்னில் என்னைக் கண்டு

காதல் கொண்டதால்...

பதிலளிப்பாயா?

என் கண்ணாடிக் காதலனே!!!

எந்தன் மழை

மனதை மழலையாக்கும்

மண்வாசனை...

காரிகையின் கண்ணோடு கவிபேசும்

கார்மேகக்கூட்டம்...

தெவிட்டாத தெள்ளமுதாய்

தென்றல்காற்று...

மிரட்டும் மின்மினியாய் மின்னல்கள்...

இருகரம் இன்னிசையாய்

இடிமுழக்கம்...

இத்தனை இனிமைகளுடன்

இசைத்தமிழாய் எந்தன் மழை!...

காரமேகக் கண்கள்

கருங்குயில் குரலாக

கானகத்தில் கானம் பாட...

கன்னக்குழியில் கெலுத்தி

மீனாய் களிப்படைந்த

என்னை...

கத்திக்கப்பலாய் வெட்டித்

தள்ளியது உந்தன்

கார்மேகக் கண்கள்...

சிறந்த நடனம்

சலங்கைச் சத்தம் சரளமாய்
செவிகளில் சமர்ப்பணமாக...
வஞ்சிக் கொடியாம் இடை
வானவரையும் வசீகரிக்க...
கமலக் கரங்கள் காட்டும்
அசைவுகள் காண்போர்க்கு
அமுது படைக்க...
விழிகள் வீசும் பாவனைகள்
காற்றில் கவிதை கதைக்க...
இத்தனை நடனங்களும்
தோற்றுப்போனது...
தாய் வயிற்றுச்சிசுவின்
அசைவுகளில்!...

பிறைநிலவு

இரவின் முத்தங்களை
மொத்தமாய்
அனுபவிக்கும்
பேராசையில்...
தேகத்தால் தேய்ந்துக்
கொண்டிருந்தது
பிறைநிலவு!...

அமாவாசை

கரிக்கும் கருமையைக்
கக்கிய கருநாகமாய்...
வெண்ணிறப் பதுமையை
விழுங்கிய அரக்கனாய்...
கண்களைக் கவரும்
ஒளியின் கயவனாய்...
இருளின் இறைவியாய்...
அமாவாசை!...

உயிர்மூச்சு

உன் தூது
காதல் தீயாய் என்னில்
தொற்றிக்கொண்டதில்...
சட்டென பற்றிக்கொள்கிறேன்...

ஏனோ...
உன் நினைவுகளில் நான் விடும்
பெருமூச்சு...
சிலரின் உயிர்மூச்சை விழுங்குகிறது...

நம் தவறில்லை...
புகையிலையாய் நான் பிறந்ததும்...
தீக்குச்சியாய் நீ பிறந்ததும்...

தியாகம் செய்வோம்...
நம் காதலை...
பல காதல் இங்கு வாழ்வதற்காக!!!

என் குட்டி இதயம்

மழைச்சாரல் தீண்டி சுருங்கிய
அவள் புருவங்கள் கண்டு...
அவள் கண்களில் சிக்கிக் கொண்டது...
மழைநீர் அழித்த அவள் கண்மையிலும்
மையல் கொண்ட
என் குட்டி இதயம்!...

மழலையின் மதுரம்

பல திங்கள் கருவறை வனவாசம்...

சில சமயங்களில்

ஆனந்தத் தாண்டவம்

உயிர்க் கொடுத்தோளின் இதயத்

துடிப்போடு இணைந்து...

கூட்டை பிரிந்த குருவியாய்

பனிக்குடம் உடைத்து பிறந்த பதுமை...

பகைவரின் நேசத்தையும் பறிக்கும்

பால்வாசம்...

பொய்க் கூறத் தெரியாத

பொக்கைவாய் பொழியும் புன்னகை...

மயிலிறகாய் மனதை வருடும்

மதலையின் சிநேகம்...

மனதின் கனங்களும்

கரைந்துவிடுகிறது...

மழலையின் மதுரம் இரசிக்கும்போது!!!

கரிசல்மண்காடு

மின்னல் தாக்கியதாய்...

கருகிக்

கசங்கிருந்தாலும்...

கள்ளங் கபடமற்று

வெள்ளை பருத்தி

படைக்கிறது...

காரிருளுடன் ஊடல்

கொண்ட

கரிசல்மண் காடு!...

விரல்நகமும் பிறைநிலவாய்...

நீ வேண்டாமென வெட்டிவிட்ட
கட்டைவிரல் நகம்...
காற்றும் கவிதையாய்
கவர்ந்துசெல்ல...
பட்டாம்பூச்சியும் பாரெங்கும் பல்லக்கு
தூக்க...
வானவில் வளைவில் வானம்வரை
ஊர்வலம்...
இறுதியில்...
இரவில் முடிசூடிய இளவரசனாய்...
நீ பிய்த்துவிட்ட விரல்நகம்
பிறைநிலவாய்!...

விவாதம் செய்கிறேன்...

மழையாய் உன் மனதை
மயக்க நினைத்து...
குடைக்கம்பியாய்
குத்திவிட்ட உன்
கண்களால்...
துடைக்கப்படுகிறேன் உன்
வியர்வைத் துளிகளாய்...
விவாதம் செய்கிறேன் உன்
கைக்குட்டையோடு...
இன்னும் சில நொடிகள்
உன் உடலோடு
ஒட்டியிருக்க!...

காரிகையைக் காதலிக்க...

உன் ஒவ்வொரு துளியிலும்
துளிர்த்தேன்...
துறவறம் துறந்து தலைவனாக...
உன் சுவாசம் கலந்த காற்று
என் சுவாசம் பற்றிய கணத்தில்...
என் பிரம்மச்சரியமும் பின்வாங்கியது...
உன் இதழின் நிறங்களில் நான்
நிர்மூலமாக...
உன் பார்வையில் என் கன்னித்தன்மையும்
களவாடப்பட்டது...
உன் அலங்கார அணிவகுப்பில்...
என் ஆண்மையும் அடங்கிப் போனது...
காரிகையைக் காதலிக்க...
காதலன் நான் கடும் முள்ளையும் கடந்து வருவேன்!
என்றது காதல் தேனி
காந்தல் மலரைப் பார்த்து!

என் காதலியின் காலணி

என் கற்ப்பும் களவாடப்பட்டது...

அவளின் பாதச்சுவடு என்னுள்

படரிய கணத்தில்...

முட்களின் முத்தங்களையும்

பெற்றுக்கொள்கிறேன்...

அவளின் முளரி தாளுக்கு

வேலியாக...

அவளின் கரம்பற்ற

காத்துக்கிடந்து...

கால்களையாவது

பற்றிக்கொண்டேன்...

அவளின் காவலனாக!...

இப்படிக்கு...

என் காதலியின் காலணி.

என் காதல் மடல்

நானோ பம்பரமாகிறேன்...
கூந்தல் திரை விலக்கி உன்
தரிசனம் கிட்ட
தவம் கிடக்கும் வானத்து
விண்மீன்களிடம்
வினவினேன்...
நீ அவள் செவியோடு பேசும்
ரகசியம் பற்றி...
அவள் பாவனையோடு...
தலையாட்டிப் பாவையாய்
நீ தரும் தாளத்துடன்...
அத்தமிழிசையும்
தோற்றுவிடுகிறது!
இதோ என் காதல் மடல்...
அவள் காது மடலுக்கு!...

நான்

தினம் ஓர் உடலோடு ஊடல்
கொள்ளும் நான்...
மன்மதன் அல்ல...
தாங்கிப் பிடித்த கரங்களில்
தாரைவார்த்த உறவுகளை...
தகல் கரங்களால்
அணைத்துக் கொள்ளும் நான்...
தாயுமானவனும் அல்ல...
உதிரம் குடித்து உடலைக் கரித்து...
நினைவுகளை மட்டும்
சாம்பலாய்
விட்டுச் செல்லும் நான்...
ஓர் மின்மயானி!...

மண்வாசனை

கருமேகம்
கரிசல்மண்ணிடம்...
என் வியர்வைத் துளியும்
உன்னில் விழுந்ததில்
நறுமணம் வீசியது...
மண்வாசனையாய்!...

ஒருதலைக் காதல்

கள்ளிச் செடியில் மஞ்சள் நிலவாய்
மின்மினிப்பூச்சிகள்...
கள்ளி முள்ளெடுத்து இதயத்தில் காதல்
கவிதை வரைந்தேன் கண்மணிக்காக...
மஞ்சள் ஒளியில் ஒளிர்ந்துக்
கொண்டிருந்தது மதியவளது முகம்...
மதங்கினியிடம் மறைத்த காதலோ கருகிக்
கொண்டிருந்தது...
ஒளியின் வெம்மையில்!...

அவள் முகம்

மருதாணி தீட்டிய
கைவிரலும்
சிவக்க
தோற்றுவிட்டது...
அவன் முத்தங்கள்
தீட்டிய அவள்
முகத்திடம்!...

ஓர் சன்னலோரப் பயணி...

சிலநேரம்...

கூந்தல் இடுக்கில் சருக்கி விளையாடும்

சடுகுடு மழலையாய்...

சிலநேரம்...

காதோரம் கீச்சுமூட்டும் குறும்புக்காரக்

காதலனாய்...

சிலநேரம்...

புழுதிக் கனலாய் புதைத்துவிடும்

புதியவனாய்...

பலநேரம்...

இரும்பு கம்பிகளுக்குப் பின்னால்

இதயங்களை இசையோடு இணைத்திடும்

இசைஞானியாய்...

களைப்பான பயணங்களையும் களிப்பாய்

மாற்றும் உன் கருணையும் கடவுள்தான்!!!

-இப்படிக்கு ஓர் சன்னலோரப் பயணி

என் காதல் கடிதம்

காற்றில் காதல் கடிதம் எழுதினேன்...

என் கண்மணிக்காக...

மேகம் தீண்டியதில் மென்மை பெற்று...

நிறைமதி தீண்டியதில் நிம்மதி

பெற்று...

மலரைத் தீண்டியதில் மதுரம் பெற்று...

கனியைத் தீண்டியதில் இனிமை

பெற்று...

இறுதியில்...

உன் ரகசியம் மூடிய தாவணி

தீண்டியதில்...

திக்குமுக்காடியது...

காவியமாய் மாறிய

என் காதல் கடிதம்!!!

ஆணவம்

அவன் ஆண்மையின்
ஆணவமும் அழிந்து
விடுகிறது...
அவள் கண்மை
அழிக்கும் கண்ணீர்த்துளிகளில்...

மயிலிறகு

மாயக் கண்ணனின்
மணிமுடி மந்திரமாய் உன்
மாயநிறம்...
மாயக் குழலின் மதுர
இசையில் மயங்கிப்போன
மங்கையின் அங்கம்
படரியதும்...
புதுப்பொலிவானது!...

கண்ணீர் கரைத்த நிலவொளி

அவள் மச்சத்தின் மிச்சமாய் மின்னிய

மீன்கள்...

பிம்ப நிலவைத் தொட்டதில்

நிம்மதியடைய...

அவளை நித்தம் நினைத்த

கண்களின் நீர் கரைந்துபோனது...

அந்த நிலவொளியில்...

மலர்

கரிக்கோல் கண்கள் காட்டும்
காட்சிகள் காந்தள் மலராய்...
அழகு முகம் முகவரி இல்லா
முளரி மலராய்...
அதிசய அங்கம்
அடங்கியிருக்கும் அத்தி
மலராய்...
காதல் கானம் பாடும் கால்கள்
இரண்டும் கதலி மலராய்...
இத்தனை மலர்கள் முன் என்
ஆண்மை தோற்றுப்போனது...
ஆம்பல் மலராய்...

அழகியலின் புது இலக்கணம்

என்னில் கீறி விடாமல் இருக்க
அவள் இமை ஒதுங்கியதையும்
அவள் விழிகளைத் தீண்டாமல் இருக்க
நான் ஒதுங்கியதையும்
ஞாபகப்படுத்துகிறது...
அவள் மூக்கினோரம் நான் விட்டுச்சென்ற
செல்ல தழும்புகள்...
எத்தனை முறையாயினும் கறைபடுவேன்
அவள் துப்பட்டாவில் தலைதுவட்டிக் கொள்ள...
தினம் அவள் புருவங்களோடு போட்டியிடுகிறேன்
அவள் புன்னகை புரிகையில் வில்லாய் வளைந்து
கொள்ள...
அழகியலுக்கு புது இலக்கணம் தருகிறாள்...
மூக்குக்கணணாடியான என்னோடு
முகம் பதித்து!...

வாழ்நாள் பயணம்

தாமரைத் தண்ணீராய்
என்னைவிட்டு அவள் தள்ளிச்செல்ல...
தார்ச்சாலைதான் சகாயம் செய்தது
வேகத்தடைகளாய்...

கருங்கூந்தல் கட்டவிழ்ந்து
சில இழைகள்
என் காதருகில் கூசிவிட...
முதல் முறையாய் மனம்
தடுமாறுகிறேன்...

கண்ணாடியும் வெட்கப்படுகிறது...
அவள் கன்னக் குழியில்
என் கண்கள் பல்லாங்குழி
ஆடுவதைக் கண்டு...

என் வாழ்நாள் பயணமும்
தொடங்கியது...
என் இருசக்கர வாகனத்தில்
என் பின்னால் பயணம்
செய்தவளோடு!!!

என் முதல் கவிதை

ஈரம் நனைந்த இறகாய்
இருகிப்போன இதயமும்...
இலேசாய் மாறியது...
முரணான வாழ்க்கை சிறுகதையில்
என் முதல் கவிதையாய்
அவன் அழுகுரல்!...

அவள் பெயர்

அந்த ஒலி...

தேன்கூட்டில பிறந்திருக்குமோ?

உயிரிலும் உணர்விலும் திகட்டுகிறது...

ழகரமும் தோற்றுவிடுகிறது

அதன் மெய்மயக்கும் மெல்லிசையில்...

செவியைச் சேரும் முன்

இதயத்தில் ஒலித்ததால்...

கண்களில் தேடாமல்

கனவுகளில் தேடினேன்...

என் அகராதியும் அழிந்துவிடுகிறது...

அந்தாதியாய் அவள் பெயர் கேட்ட தருணம்!...

எங்கே என் கவிதை?

எங்கே என் கவிதை?
அங்கே செல்கிறது...
இலக்கணம் இல்லா ஆறடி
புதுக்கவிதையாய்...
வரம்புகள் இல்லா வசீகரனாய்...
கத்திக் கண்களில் மனதைக்
குத்திக் கொல்லும் அவனும்
கொலைகாரனே...
அவன் கம்பீர மீசையில் கவனம்
சிதறி அலைக்கழிந்ததால்
சிக்குண்டது என் கருங்கூந்தல்...
அவனின் அடக்கும் ஆண்மையில்
அடங்கிக் கொள்ள ஒவ்வொரு
கணமும் பெண்மை அடைந்தேன்...
மரணத்தையும்
மணந்துக்கொள்வேன்...
அவன் மார்பில் ஏற்பட்டால்!!!

இதழ்

நிபுணனாகினேன்...

உன் இதழ் ரேகைகளைப்

படித்ததால்...

கைதியாகினேன்...

உன் இதழோடு சுகமான

சிறைவாசம் பெற்றதால்...

ஓவியனாகினேன்...

உன் இதழ் வண்ணங்களை

வரிகளாய் தீட்டியதால்...

இறுதியில்...

கவிஞனாகிறேன்...

உன் இதிகாச இதழ்களை

இருவரிகளில் அடக்கியதால்!!!

காதலில் விழுந்தேன்

உன் தலைமுடி கோதிய

கைவிரல்

கதைக்கும் கவிதைகள்...

என் காதில்

விழவில்லை...

ஏனோ நான்

காதலில் விழுந்தேன்!...

நிழல் தரும் நீதி

உன் நிழலின் நினைவுகளே போதும்
என் நித்திரையை நிர்மூலமாக்க...

உன் நிழலில் நித்தம் நனைய நினைத்து
நீர்க்குமிழியாய் நிந்திக்கப்படுகிறேன்...

உன்னைத் தீண்டாவிடிலும்
உன் நிழலைத் தீண்ட நினைத்த எனக்கு...
உன் நிழல் தரும் நீதி இதுதானா?...

உந்தன் கால் கொலுசில்...

மீனான உன் கண்களில்
மீளமுடியாமல் மீண்டும்
பிறந்தேன்...
வலைபோட நினைத்த நானே
இரையாக!...

உன் கருவிழிகள் கருவண்டாய்
என் காதில் கானம் பாட...
காதல் கடலில் கரைந்து போனேன்
கற்கண்டாக!...

உன் இமைகளின் இசை தரும்
இம்சையில்...
இரவில் இமை மூட இயலாமல்
இம்சிக்கிறேன்!...

உன் கண்களை மட்டும்தான்
வர்ணிக்கிறேன்...
இடமளிப்பாயா?...
உந்தன் கால் கொலுசில்!

காவியத்தலைவன் தூது

உன் விழிகளை விண்ணப்பமாக்கி
விண்ணுலகம் அனுப்பினேன்...
உன்னோடு போட்டியிடும்
விண்மீன்களுக்கு ஊரடங்கு பிறப்பிக்க!

உன் கருங்கூந்தல் கட்டியிருத்த
கருமேக மாரியில்...
கட்டுண்டு கிடந்தது என் இதயம்!

உன் காலடி கவியோசை
காற்றின் காதுகளுக்கும் கேட்டிருக்குமோ?
உன் சுவாசக் காற்று தீண்டியதும்
புயலும் பூபாளம் பாடுகிறது!

கண்டாங்கி அணிந்து வந்த
உன் கவின்மிகு முகமும் காவியம்தான்!
அக்காவியத்திற்கு சமர்ப்பிக்கிறேன்...
இதோ இக்காவியத்தலைவன் தூது!

வா கண்மணி

நொடி முள்ளாய் உன் காதலில்
நான் சுழன்றிருக்க...
மணி முள்ளாய் வெட்கத்தில்
என்னை விலகிப் போகிறாய்...
நம் இணையின்றி மணித்துளியும்
மறந்துவிடும் இவ்வுலகிற்கு...
கடிகார முள்ளாயினும் பல
இதயங்களைத் தைத்துவிடுகிறோம்
நிழலையும் வருடும்
நினைவுகளால்...
வா கண்மணி...
ஒன்றாய் சேர்ந்து நேரம்
கடத்துவோம்...
பல காதலர்களுக்காக...
நம் காதலுக்காகவும் தான்...

என் கடைசிப்பக்கத்தில்...

முதல் பக்க முத்திரையாய் பச்சைக்குத்திக்கொண்ட
அவள் பெயர்...
சிலநேரம் பைகளில்... சிலநேரம் கைகளில்...
சுகமான சிறைவாசத்தில் மறுவாழ்வு
பெறுகிறேன்...
அவள் கிறுக்கல்களில் கிறுக்கனாகிறேன்
ஒருகணம்...
கவிஞனாகிறேன் மறுகணம்...
அவள் அடிகோடிட்ட வார்த்தைகள் கோர்த்து செய்த
கவிதையும் மறந்து போனது
அவள் என்னை வாசிக்கும் கணத்தில்...
இறுதியில் என் காதோடு தன் காதலைச் சொன்னாள்...
என் கடைசிப்பக்கத்தில்!...

Kowshika mani

Govt chengalpet medical college

Mail id: mkowshika777@gmail.com

Instagram id: thamizhkathali777

www.ingramcontent.com/pod-product-compliance
Lightning Source LLC
LaVergne TN
LVHW060305051026
849517LV00003B/979
9789390724680